Impressum
Verlag: BABADADA GmbH, Nedderfeld 112 , 22529 Hamburg
Geschäftsführer / Verlagsleitung: Harald Hof
Druck: Books on Demand GmbH, In de Tarpen 42, 22848 Norderstedt

Imprint
Publisher: BABADADA GmbH, Nedderfeld 112 , 22529 Hamburg, Germany
Managing Director / Publishing direction: Harald Hof
Print: Books on Demand GmbH, In de Tarpen 42, 22848 Norderstedt, Germany

trường học
Szkoła

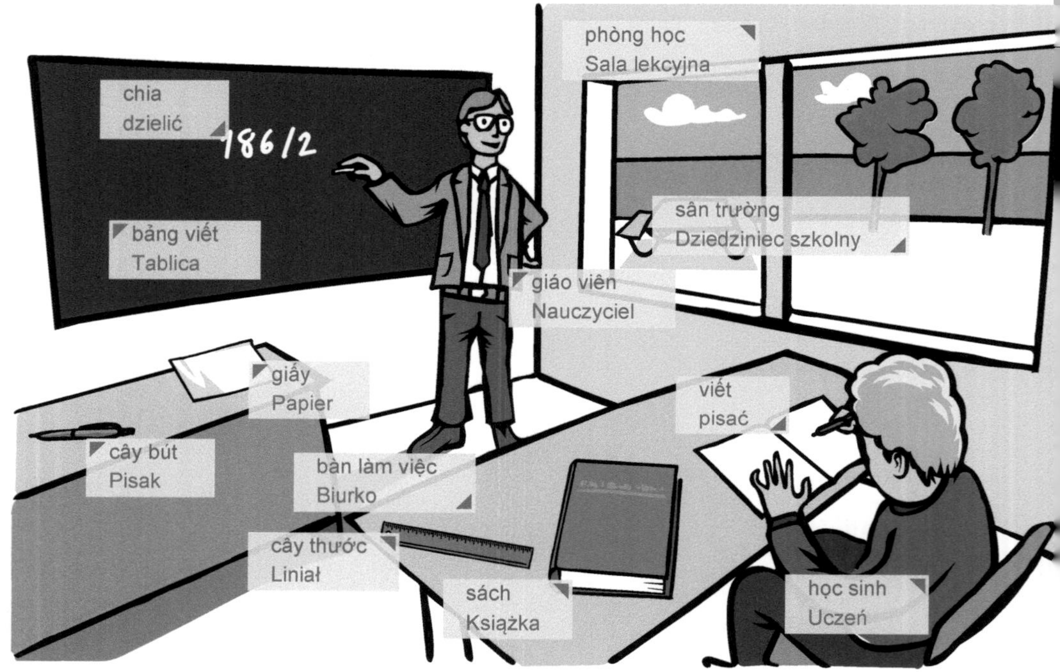

chia
dzielić
186/2
phòng học
Sala lekcyjna
bảng viết
Tablica
sân trường
Dziedziniec szkolny
giáo viên
Nauczyciel
giấy
Papier
viết
pisać
cây bút
Pisak
bàn làm việc
Biurko
cây thước
Linijał
sách
Książka
học sinh
Uczeń

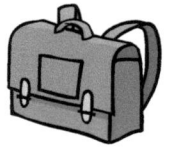

cặp đeo vai học sinh

Plecak szkolny

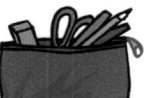

hộp đựng bút

Piórnik

bút chì

Ołówek

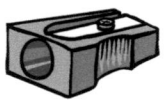

cái gọt bút chì

Temperówka

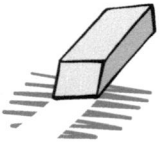

cục tẩy

Gumka do mazania

tập giấy vẽ

Blok rysunkowy

bản vẽ

Rysunek

cọ vẽ

Pędzel

hộp mực vẽ

Pudełko z akwarelami

cây kéo

Nożyce

keo dán

Klej

sách bài tập

Książka do ćwiczenia

bài tập ở nhà

Zadanie domowe

số

Liczba

cộng

dodawać

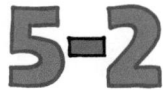

trừ

odejmować

nhân

mnożyć

tính toán

liczyć

chữ cái

Litera

bảng chữ cái

Alfabet

từ

Słowo

văn bản

Tekst

đọc

czytać

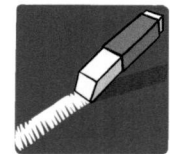

phấn viết

Kreda

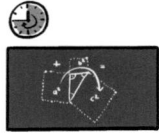

bài học

Godzina

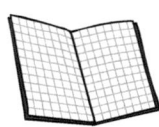

sổ lớp

Dziennik lekcyjny

thi kiểm tra

Egzamin

chứng chỉ

Świadectwo

đồng phục học sinh

Mundurek szkolny

giáo dục

Wykształcenie

từ điển bách khoa

Leksykon

đại học

Uniwersytet

kính hiển vi

Mikroskop

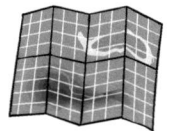

bản đồ

Mapa

thùng rác giấy

Kosz na odpadki

du lịch
Podróż

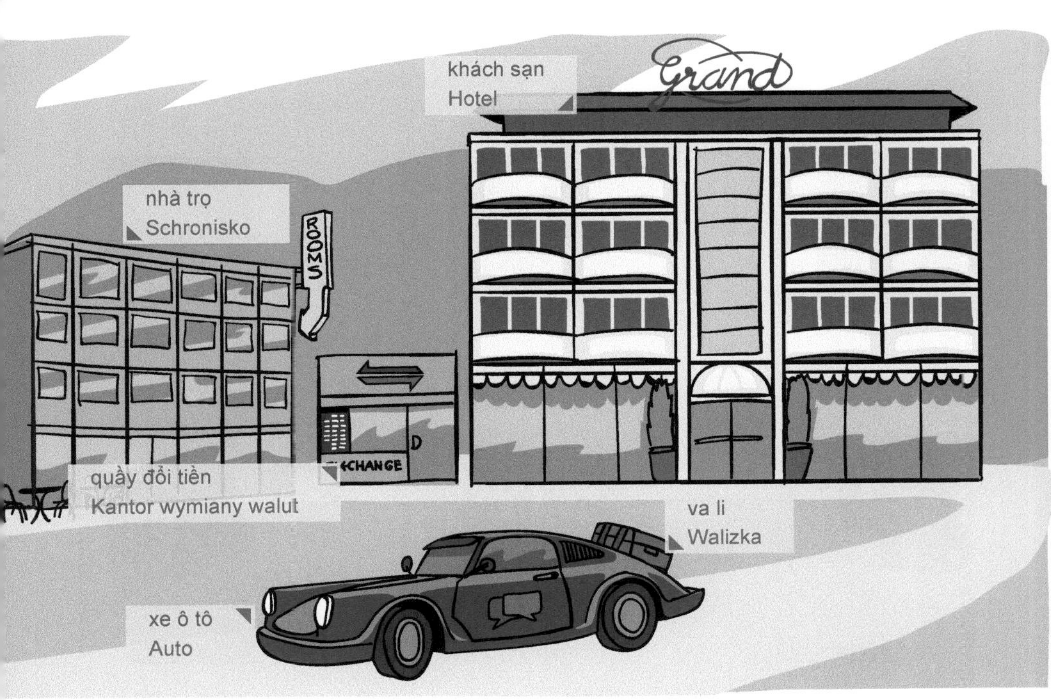

khách sạn
Hotel
Grand
nhà trọ
Schronisko
ROOMS
quầy đổi tiền
Kantor wymiany walut
va li
Walizka
xe ô tô
Auto

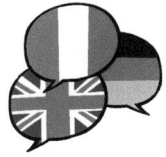

ngôn ngữ

Język

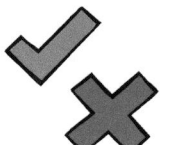

có / không

tak / nie

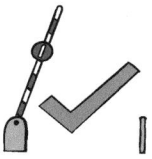

ô kê

OK

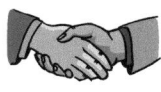

Xin chào

Halo

thông dịch viên

Tłumacz

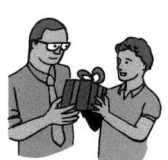

cám ơn

Dziękuję

... bao nhiêu tiều?

Ile kosztuje ...?

tôi không hiểu

Nie rozumiem

vấn đề

Problem

Xin chào! (buổi tối)

Dobry wieczór!

xin chào! (buổi sáng)

Dzień dobry!

chúc ngủ ngon!

Dobranoc!

tạm biệt

Do widzenia

hướng đi

Kierunek

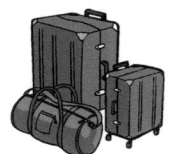

hành lý

Bagaż

túi xách

Torba

túi ba lô

Plecak

khách

Gość

phòng

Pokój

túi ngủ

Śpiwór

lều

Namiot

thông tin du lịch

Informacja turystyczna

bãi biển

Plaża

thẻ tín dụng

Karta kredytowa

ăn sáng

Śniadanie

ăn trưa

Obiad

ăn tối

Kolacja

vé xe

Bilet

thang máy

Winda

tem bưu điện

Znaczek na list

biên giới

Granica

hải quan

Cło

đại sứ quán

Ambasada

thị thực

Wiza

hộ chiếu

Paszport

vận chuyển
Transport

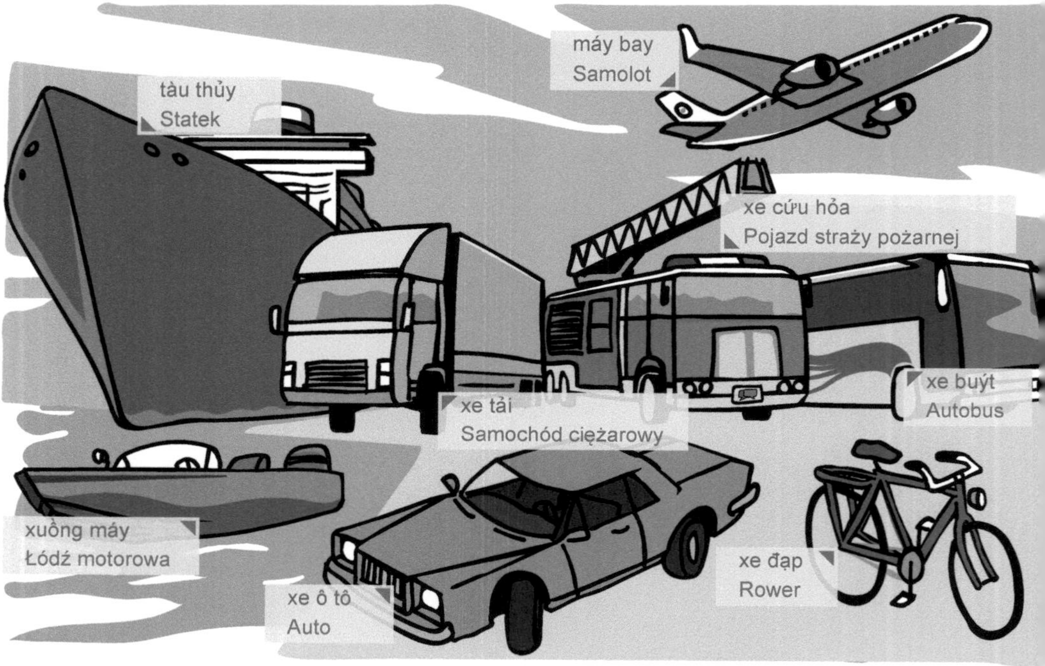

máy bay
Samolot
tàu thủy
Statek
xe cứu hỏa
Pojazd straży pożarnej
xe buýt
Autobus
xe tải
Samochód ciężarowy
xuồng máy
Łódź motorowa
xe đạp
Rower
xe ô tô
Auto

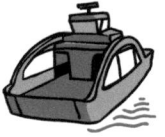

phà

Prom

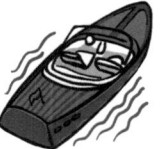

xuồng

Łódź

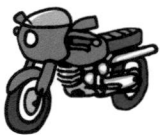

xe máy

Motocykl

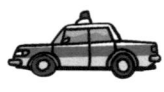

xe cảnh sát

Radiowóz policyjny

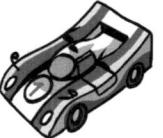

xe đua

Samochód wyścigowy

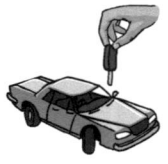

xe cho thuê

Samochód wypożyczony

dịch vụ thuê xe tự lái

Wspólne przejazdy
samochodem

xe kéo cứu hộ

Samochód pomocy
drogowej

xe rác

Śmieciarka

động cơ

Silnik

xăng

Benzyna

trạm xăng

Stacja benzynowa

biển báo giao thông

Znak drogowy

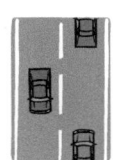

giao thông

Ruch

ách tắc giao thông

Korek

bãi đậu xe

Parking

nhà ga

Dworzec

đường ray

Szyny

xe lửa

Pociąg

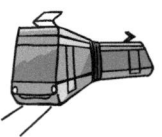

tàu điện

Tramwaj

toa xe

Wagon

máy bay trực thăng

Helikopter

sân bay

Lotnisko

tháp

Wieża

hành khách

Pasażer

côngtenơ

Kontener

thùng các-tông

Karton

xe đẩy

Taczka

cái giỏ

Kosz

cất cánh / hạ cánh

startować / lądować

thành phố
Miasto

làng

Wieś

trung tâm thành phố

Centrum miasta

nhà

Dom

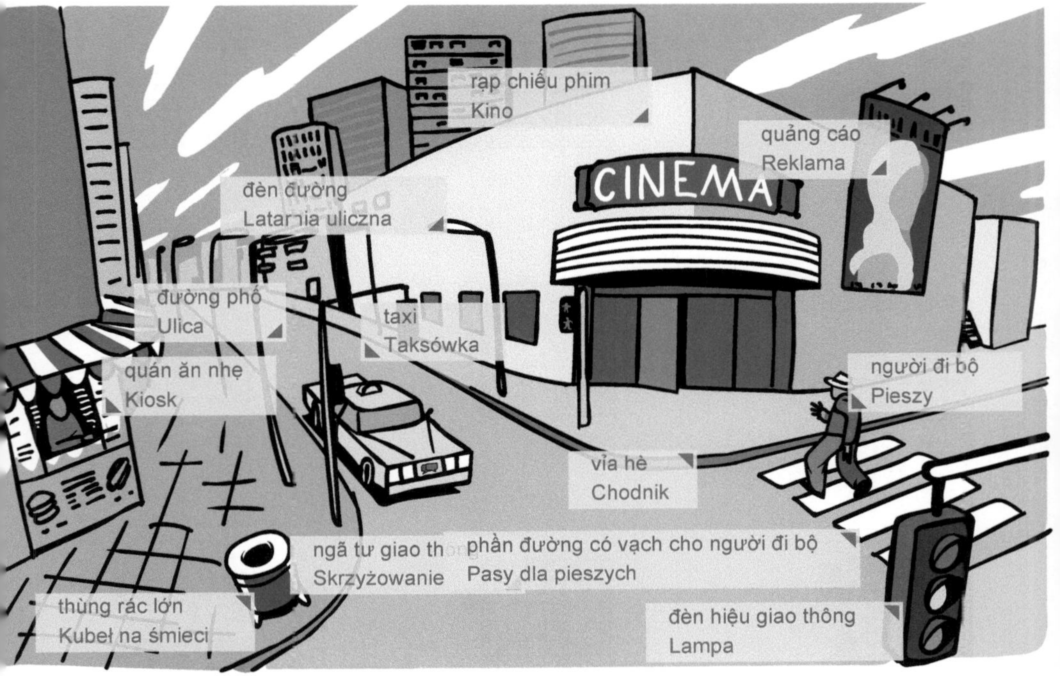

rạp chiếu phim
Kino
quảng cáo
Reklama
CINEMA
đèn đường
Latarnia uliczna
đường phố
Ulica
taxi
Taksówka
quán ăn nhẹ
Kiosk
người đi bộ
Pieszy
vỉa hè
Chodnik
ngã tư giao th
Skrzyżowanie
phần đường có vạch cho người đi bộ
Pasy dla pieszych
thùng rác lớn
Kubeł na śmieci
đèn hiệu giao thông
Lampa

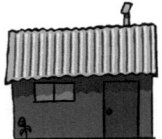

nhà chòi

Chata

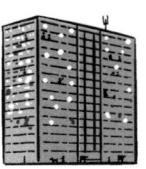

căn hộ

Mieszkanie

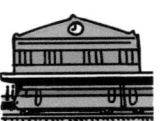

nhà ga

Dworzec

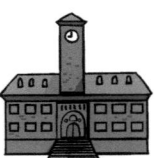

tòa thị chính

Ratusz

MUSEUM

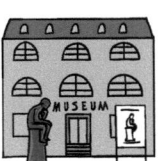

viện bảo tàng

Muzeum

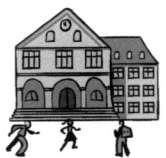

trường học

Szkoła

đại học

Uniwersytet

ngân hàng

Bank

bệnh viện

Szpital

khách sạn

Hotel

hiệu thuốc

Apteka

văn phòng

Biuro

hiệu sách

Księgarnia

cửa hiệu

Sklep

cửa hiệu bán hoa

Kwiaciarnia

siêu thị

Supermarket

chợ

Rynek

cửa hàng bách hóa

Dom towarowy

người bán cá

Sklep z rybami

trung tâm mua bán

Centrum handlowe

bến cảng

Port

công viên

Park

ghế băng

Ławka

cầu

Most

cầu thang

Schody

tàu điện ngầm

Metro

đường hầm

Tunel

trạm xe buýt

Przystanek autobusowy

quán bar

Bar

khách sạn

Restauracja

hòm thư công cộng

Skrzynka na listy

bảng hiệu đường

Tabliczka z nazwą ulicy

đồng hồ đậu xe

Parkometr

vườn bách thú

Zoo

bể bơi

Łaźnia

nhà thờ Hồi giáo

Meczet

nông trại

Gospodarstwo chłopskie

ô nhiễm môi trường

Zanieczyszczenie środowiska

nghĩa trang

Cmentarz

nhà thờ

Kościół

sân chơi

Plac zabaw

ngôi đền

Świątynia

phong cảnh
Krajobraz

lá cây
Liść

bảng chỉ đường
Drogowskaz

lối đi
Droga

bãi cỏ
Łąka

hòn đá
Kamień

người đi bộ đường dài
Wędrowiec

cây
Drzewo

sông
Rzeka

cỏ
Trawa

bông hoa
Kwiat

thung lũng
Dolina

đồi
Góra

hồ nước
Jezioro

rừng
Las

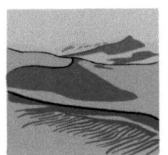

sa mạc
Pustynia

núi lửa
Wulkan

lâu đài
Zamek

cầu vồng
Tęcza

nấm
Grzyb

cây cọ
Palma

con muỗi
Komar

con ruồi
Mucha

con kiến
Mrówka

con ong
Pszczoła

con nhện
Pająk

bọ cánh cứng
Chrząszcz

con ếch
Żaba

con sóc
Wiewiórka

con nhím
Jeż

con thỏ
Zając

con cú
Sowa

con chim
Ptak

thiên nga
Łabędź

heo rừng
Dzik

con hươu
Jeleń

nai sừng tấm
Łoś

đê
Tama

tuabin gió
Wiatrak

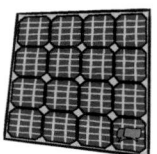

tấm năng lượng mặt trời
Moduł solarny

khí hậu
Klimat

Restauracja

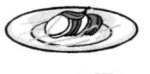

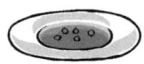

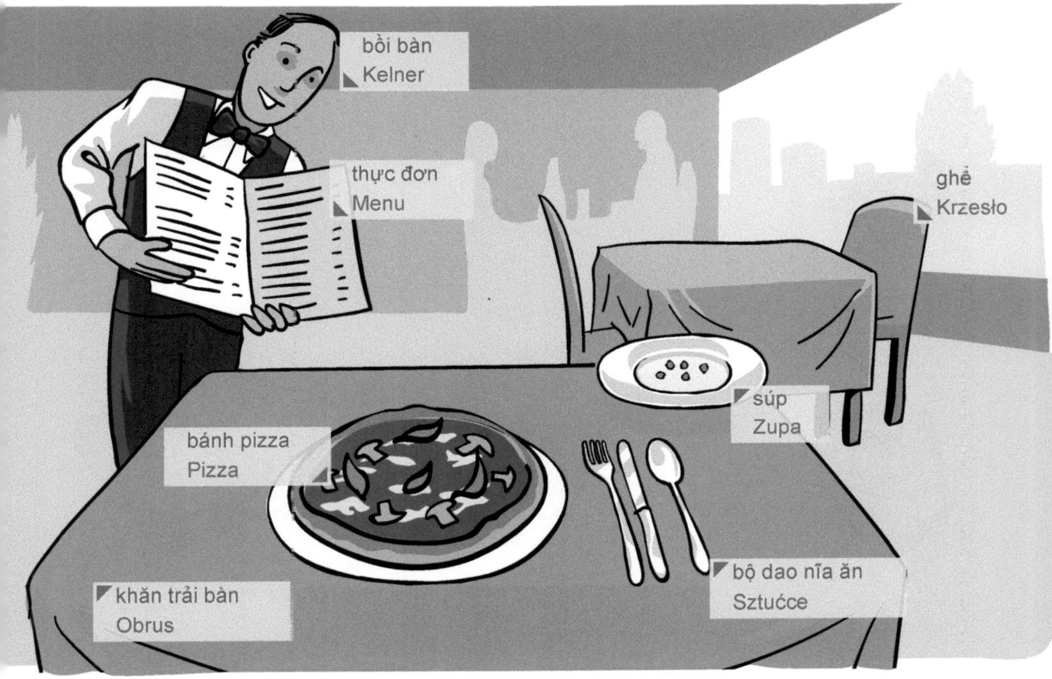
bồi bàn
Kelner
thực đơn
Menu
ghế
Krzesło
súp
Zupa
bánh pizza
Pizza
khăn trải bàn
Obrus
bộ dao nĩa ăn
Sztućce

món ăn khai vị

Przystawka

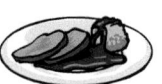

món ăn chính

Danie główne

món tráng miệng

Deser

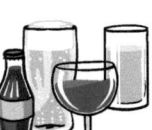

thức uống

Napoje

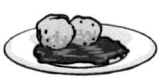

thức ăn

Jedzenie

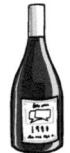

cái chai

Butelka

thức ăn nhanh

Fastfood

thức ăn đường phố

Streetfood

ấm trà

Dzbanek na herbatę

hộp đường

Cukierniczka

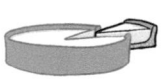

khẩu phần

Porcja

máy pha espresso

Zaparzarka do espresso

ghế cao

Krzesło dla dziecka

hóa đơn

Rachunek

khay

Taca

dao

Nóż

nĩa

Widelec

thìa

Łyżka

thìa uống trà

Łyżeczka

khăn ăn

Serwetka

cốc thủy tinh

Szklanka

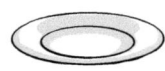

đĩa

Talerz

đĩa súp

Talerz do zupy

đĩa lót cốc

Podstawek pod filiżankę

nước sốt

Sos

lọ muối

Solniczka

cái xay tiêu

Młynek do pieprzu

giấm

Ocet

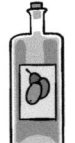

dầu

Olej

gia vị

Przyprawy

nước xốt cà chua

Keczup

tương hạt cải

Musztarda

nước sốt mayonnaise

Majonez

siêu thị

Supermarket

chào giá đặc biệt
Oferta
khách hàng
Klient
sản phẩm từ sữa
Produkty mleczne
trái cây
Owoce
xe đẩy mua sắm
Wózek sklepowy
FOR

BUTCHERS

lò mổ

Rzeźnia

BAKERY

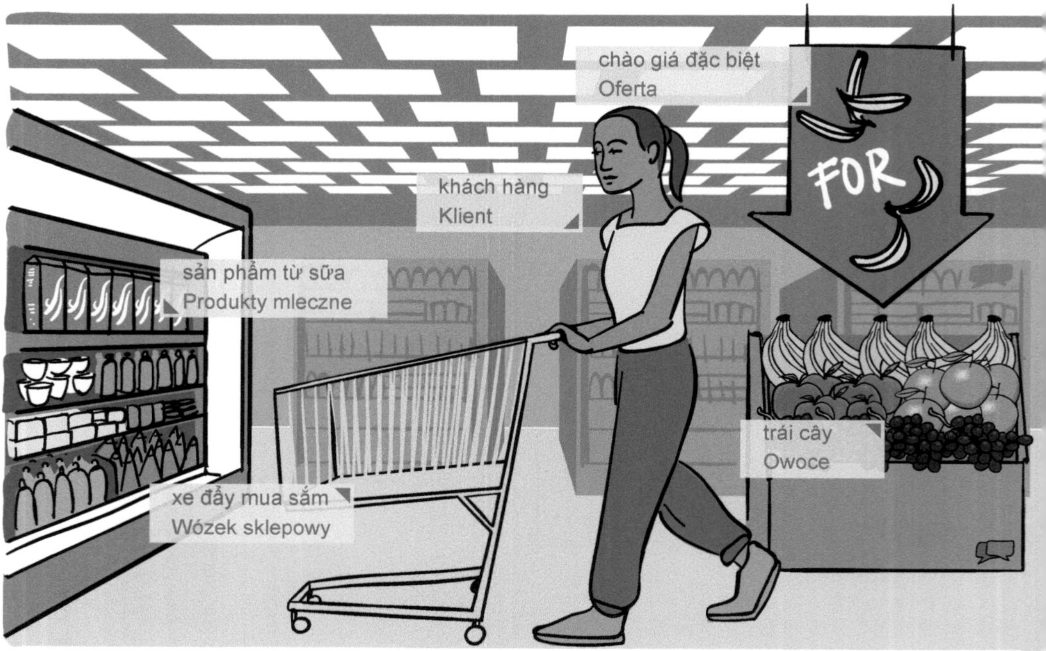

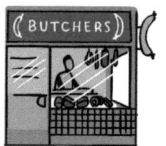

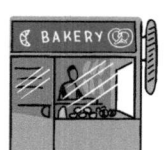

cửa hiệu bán bánh mì

Piekarnia

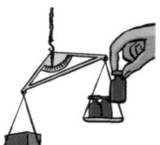

cân nặng

ważyć

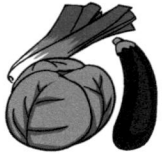

rau quả

Warzywa

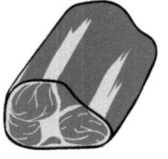

thịt

Mięso

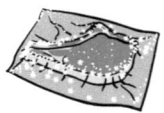

thức ăn đông lạnh

Mrożonki

lát thịt nguội

Wędliny

đồ hộp

Konserwy

bột giặt

Proszek m do prania

đồ ngọt

Słodycze

sản phẩm dùng trong gia đình

Artykuły użytku domowego

chất tẩy rửa

Środek czyszczący

người bán hàng

Sprzedawczyni

quầy trả tiền

Kasa

nhân viên thu ngân

Kasjer

danh sách mua sắm

Lista zakupów

giờ mở cửa

Godziny otwarcia

ví tiền

Portfel

thẻ tín dụng

Karta kredytowa

túi đeo

Torba

túi ny lông

Torebka plastikowa

nước
Woda

nước quả ép
Sok

sữa
Mleko

coca-cola
Cola

rượu vang
Wino

bia
Piwo

cồn
Alkohol

cacao
Kakao

trà
Herbata

cà phê
Kawa

espresso
Espresso

cappuccino
Cappuccino

chuối

Banan

quả táo

Jabłko

quả cam

Pomarańcza

dưa hấu

Arbuz

chanh

Cytryna

cà rốt

Marchew

tỏi

Czosnek

tre

Bambus

củ hành

Cebula

nấm

Grzyb

hạt dẻ

Orzechy

mì

Makaron

mì spaghetti

Spaghetti

cơm

Ryż

xà lách

Sałatka

khoai tây chiên

Frytki

khoai tây chiên

Ziemniaki pieczone

bánh pizza

Pizza

bánh hamburger

Hamburger

bánh mì sandwich

Kanapka

thịt côtlet

Sznycel

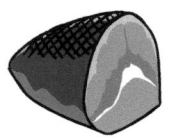

thịt giăm bông

Szynka

xúc xích

Salami

dồi

Kiełbasa

gà

Kura

rán

Pieczeń

cá

Ryba

cháo yến mạch

Płatki owsiane

cháo muesli

Musli

bánh bột ngô nướng

Płatki kukurydziane

bột mì

Mąka

bánh sừng bò

Croissant

bánh mì

Bułka

bánh mì

Chleb

bánh mì nướng

Toast

bánh bích quy

Ciastka

bơ

Masło

sữa đông

Twarożek

bánh ngọt

Ciasto

trứng

Jajko

trứng rán

Jajko sadzone

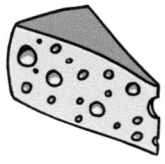

pho mát

Ser

kem
....
Lody

đường
....
Cukier

mật ong
....
Miód

mứt
....
Marmolada

kem nougat
....
Krem nugatowy

cà ri
....
Curry

nhà nông trại
Dom rolnika

kiện rơm
Baloty słomy

nhà vựa
Stodoła

cánh đồng
Pole

con ngựa
Koń

xe moóc
Przyczepa

máy kéo
Traktor

ngựa con
Źrebię

con lừa
Osioł

con cừu
Owca

cừu con
Jagnię

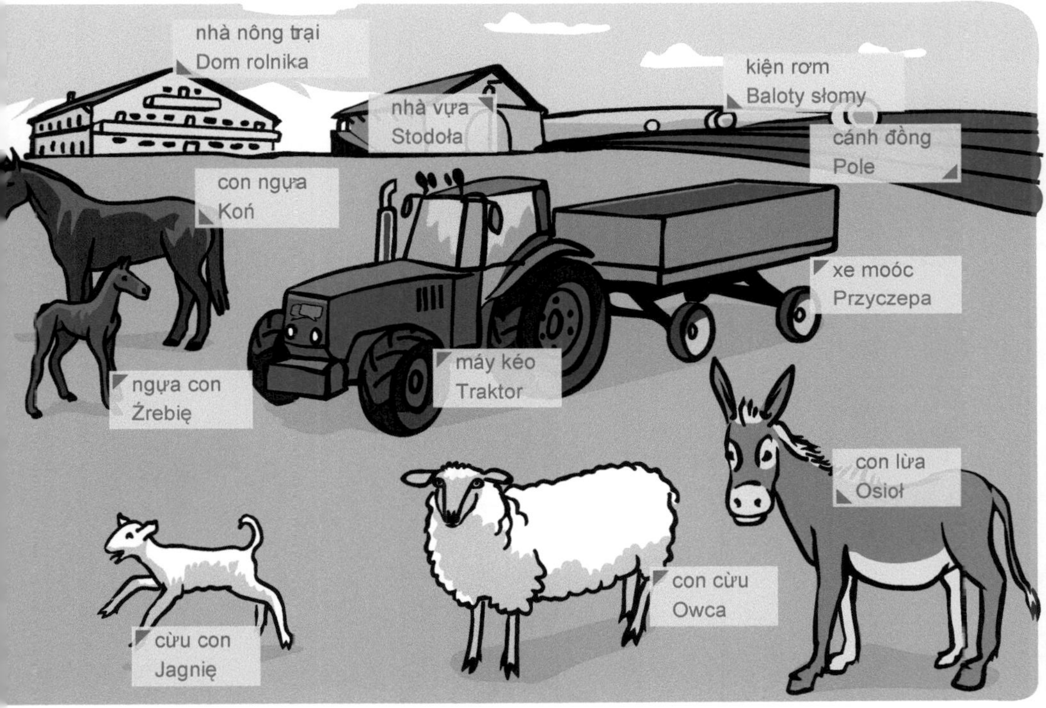

con dê
Koza

con bò
Krowa

con bê
Cielę

con lợn
Świnia

lợn con
Prosię

bò đực
Byk

con ngỗng

Gęś

con vịt

Kaczka

gà con

Kurczątko

gà mái

Kura

gà trống

Kogut

con chuột

Szczur

mèo

Kot

chuột nhắt

Mysz

bò đực

Osioł

con chó

Pies

nhà chuồng chó

Buda dla psa

ống tưới vườn cây

Wąż ogrodowy

thùng tưới cây

Konewka

lưỡi hái

Kosa

cái cày

Pług

cái liềm

Sierp

cái cuốc

Graca

cái chĩa

Widły

cái rìu

Siekiera

xe cút kít

Taczka

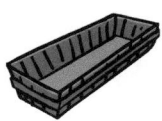

máng ăn

Koryto

lọ sữa

Kanka na mleko

bao tải

Worek

hàng rào

Płot

chuồng

Stajnia

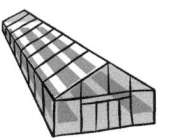

nhà kính trồng cây

Szklarnia

đất trồng

Ziemia

hạt giống

Nasiona

phân bón

Nawóz

máy gặt đập liên hợp

Kombajn zbożowy

thu hoạch
zbierać

mùa thu hoạch
Żniwa

khoai lang
Podchrzyn

lúa mì
Pszenica

đậu nành
Soja

khoai tây
Ziemniak

ngô
Kukurydza

hạt cải dầu
Rzepak

cây ăn trái
Drzewo owocowe

sắn
Maniok

ngũ cốc
Zboże

ống khói
Komin

mái nhà
Dach

ống máng mước mưa
Rynna deszczowa

cửa sổ
Okno

ga ra
Garaż

chuông cửa
Dzwonek

cửa
Drzwi

thùng rác
Wiaderko na śmieci

hòm thư
Skrzynka na listy

vườn
Ogród

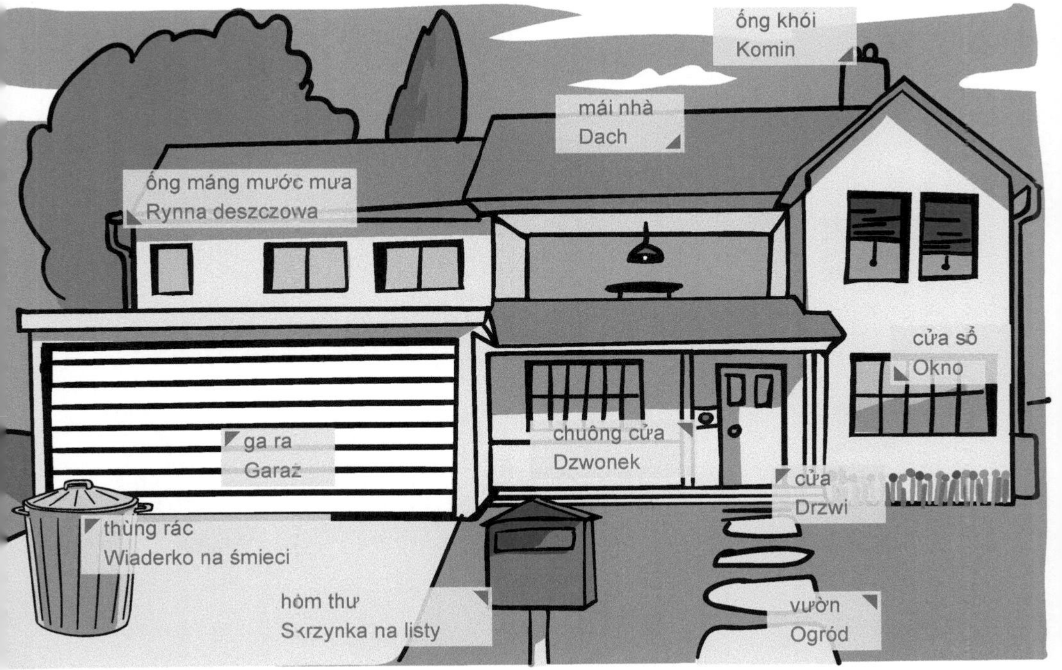

phòng khách
Pokój dzienny

phòng tắm
Łazienka

bếp
Kuchnia

phòng ngủ
Sypialnia

phòng trẻ em
Pokój dziecięcy

phòng ăn
Jadalnia

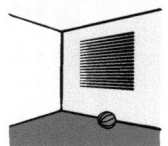

nền nhà

Ziemia

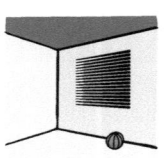

tường

Ściana

trần nhà

Koc

tầng hầm

Piwnica

tắm hơi

Sauna

ban công

Balkon

sân hiên

Taras

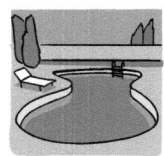

bể bơi

Basen

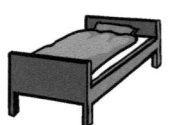

máy cắt cỏ

Kosiarka do trawy

khăn trải giường

Poszwa

khăn trải giường

Kołdra

giường

Łóżko

chổi

Miotła

cái xô

Wiadro

 file

công tắc điện

Włącznik

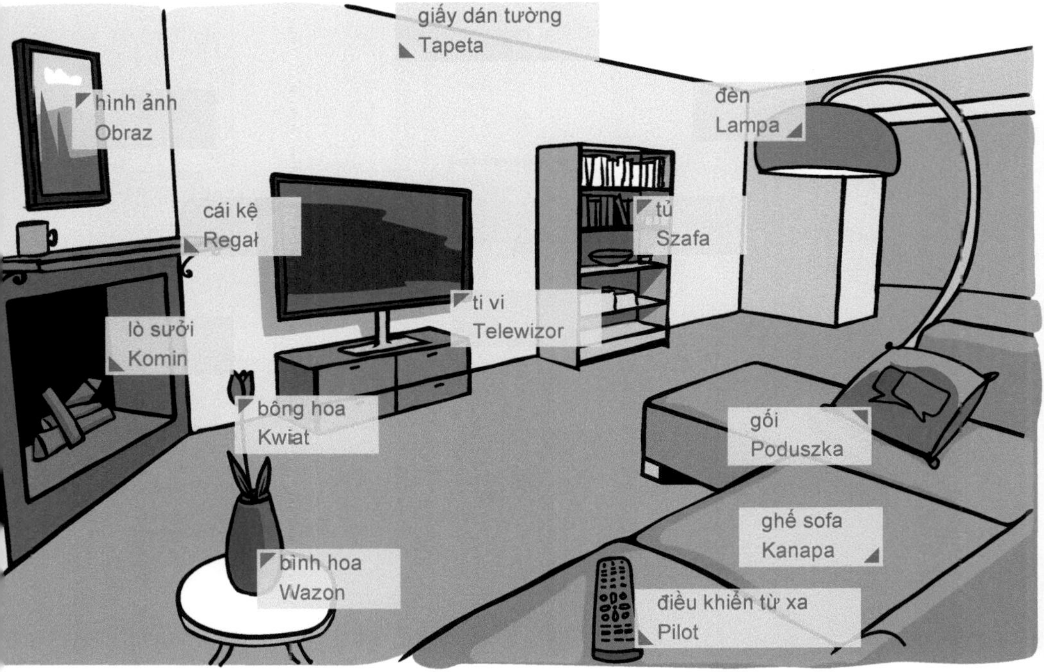

giấy dán tường
Tapeta

hình ảnh
Obraz

đèn
Lampa

cái kệ
Regał

tủ
Szafa

lò sưởi
Komin

ti vi
Telewizor

bông hoa
Kwiat

gối
Poduszka

ghế sofa
Kanapa

bình hoa
Wazon

điều khiển từ xa
Pilot

thảm
Dywan

rèm
Zasłona

cái bàn
Stół

ghế
Krzesło

ghế bập bênh
Bujak

ghế bành
Fotel

sách

Książka

cái chăn

Sufit

đồ trang trí

Dekoracja

củi

Drewno kominkowe

phim

Film

máy hi-fi

Instalacja stereo

chìa khóa

Klucz

báo

Gazeta

bức tranh

Malunek

áp phích

Plakat

radio

Radio

sổ ghi chép

Notatnik

máy hút bụi

Odkurzacz

cây xương rồng

Kaktus

cây nến

Świeczka

bếp
Kuchnia

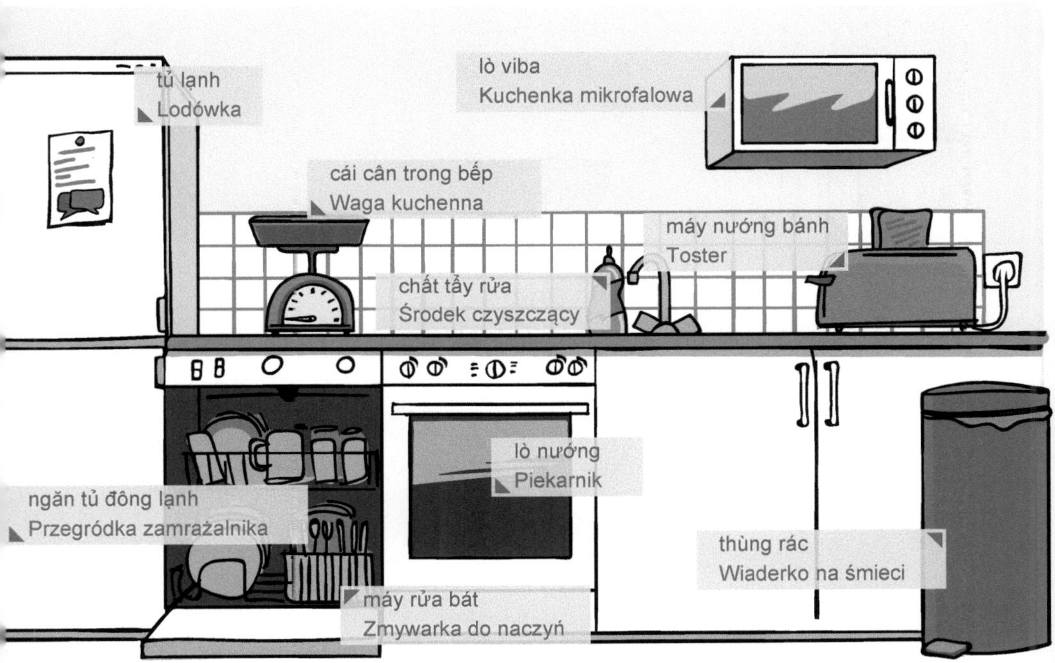

tủ lạnh
Lodówka
lò viba
Kuchenka mikrofalowa
cái cân trong bếp
Waga kuchenna
máy nướng bánh
Toster
chất tẩy rửa
Środek czyszczący
lò nướng
Piekarnik
ngăn tủ đông lạnh
Przegródka zamrażalnika
thùng rác
Wiaderko na śmieci
máy rửa bát
Zmywarka do naczyń

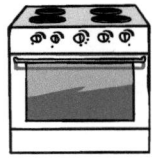

lò nấu

Kuchenka

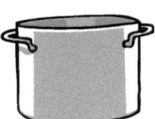

nồi

Garnek

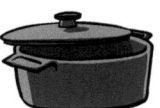

nồi sắt

Kocioł żeliwny

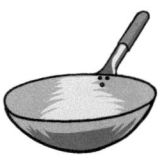

chảo

Wok / Kadai

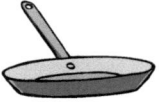

chảo

Patelnia

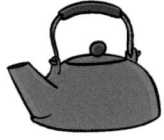

ấm đun nước

Czajnik

nồi đun hơi

Parowar

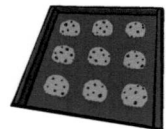

khay lò nướng

Blacha do pieczenia

bát đĩa

Naczynia kuchenne

cốc

Kubek

cái bát

Miska

đũa

Pałeczki

cái vá

Nabierka

bàn xẻng

Łopatka do smażenia

que đánh kem

Trzepaczka do śmietany

rây dùng trong bếp

Cedzak

cái rây lọc

Sitko

cái nạo

Tarka

vữa

Moździerz

vỉ nướng

Grillowanie

ngọn lửa trần

Palenisko

cái thớt

Deska

trục cán bột

Wałek do ciasta

cái mở nút chai

Korkociąg

vỏ đồ hộp

Puszka

cái mở vỏ đồ hộp

Otwieracz do puszek

miếng nhấc nồi

Ściereczka do trzymania garnka

bồn rửa bát

Umywalka

bàn chải

Szczotka

miếng xốp

Gąbka

máy xay

Mikser

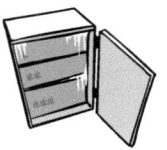

tủ đông lạnh

Zamrażarka

bình sữa cho trẻ sơ sinh

Butelka dla niemowlęcia

vòi nước

Kran

phòng tắm
Łazienka

lò sưởi
Ogrzewanie
khăn lau
Ręcznik
vòi hoa sen
Prysznic
rèm che ngăn tắm
Kotara prysznicowa
tắm bọt
Płyn do kąpieli
bồn tắm
Wanna kąpielowa
cốc thủy tinh
Szklanka
máy giặt
Pralka
vòi nước
Kran
gạch lát
Kafelki
cái bô
Nocnik
bồn rửa bát
Umywalka

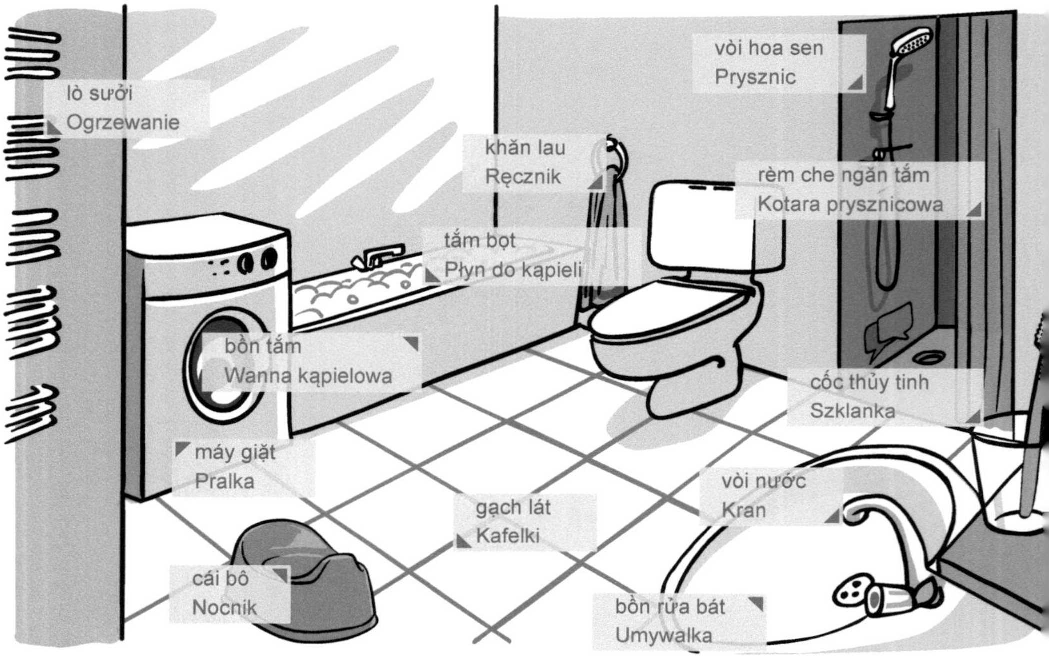

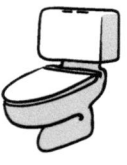

bồn cầu

Toaleta

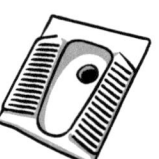

bồn cầu ngồi xổm

Toaleta kuczna

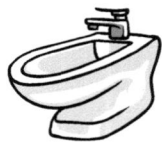

bồn rửa hậu môn

Bidet

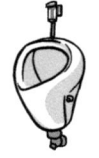

bồn tiểu tiện

Pisuar

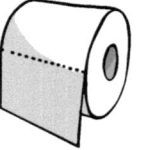

giấy vệ sinh

Papier toaletowy

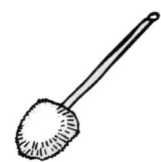

bàn chải cọ bồn cầu

Szczotka toaletowa

bàn chải đánh răng

Szczoteczka do zębów

kem đánh răng

Pasta do zębów

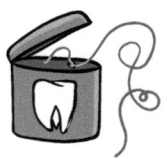

chỉ nha khoa

Nitki do czyszczenia zębów

rửa

myć

vòi sen cầm tay

Głowica prysznicowa

vòi rửa hậu môn

Płyn kąpielowy do higieny intymnej

bồn rửa

Miska do mycia

bàn chải cọ lưng

Szczotka kąpielowa

xà phòng

Mydło

sữa tắm

Żel prysznicowy

dầu gội

Szampon

khăn cọ để tắm

Rękawica kąpielowa

lỗ thoát nước

Odpływ

kem

Krem

chất khử mùi

Dezodorant

gương

Lustro

gương tay

Lustro kosmetyczne

dao cạo râu

Golarka

kem cạo râu

Pianka do golenia

nước thơm dùng sau khi cạo râu

Woda po goleniu

cái lược

Grzebień

bàn chải

Szczotka

máy xấy tóc

Suszarka do włosów

keo xịt tóc

Spray do włosów

đồ trang điểm

Makijaż

thỏi son môi

Pomadka

sơn bôi móng

Lakier do paznokci

bông

Wata

kéo cắt móng

Nożyczki do paznokci

nước hoa

Perfum

túi đựng đồ tắm

Kosmetyczka

ghế đẩu

Taboret

cái cân

Waga

áo choàng tắm

Szlafrok kąpielowy

găng tay làm vệ sinh

Rękawice gumowe

nút gạc

Tampon

băng vệ sinh

Podpaska damska

nhà vệ sinh hóa chất

Toaleta chemiczna

phòng trẻ em

Pokój dziecięcy

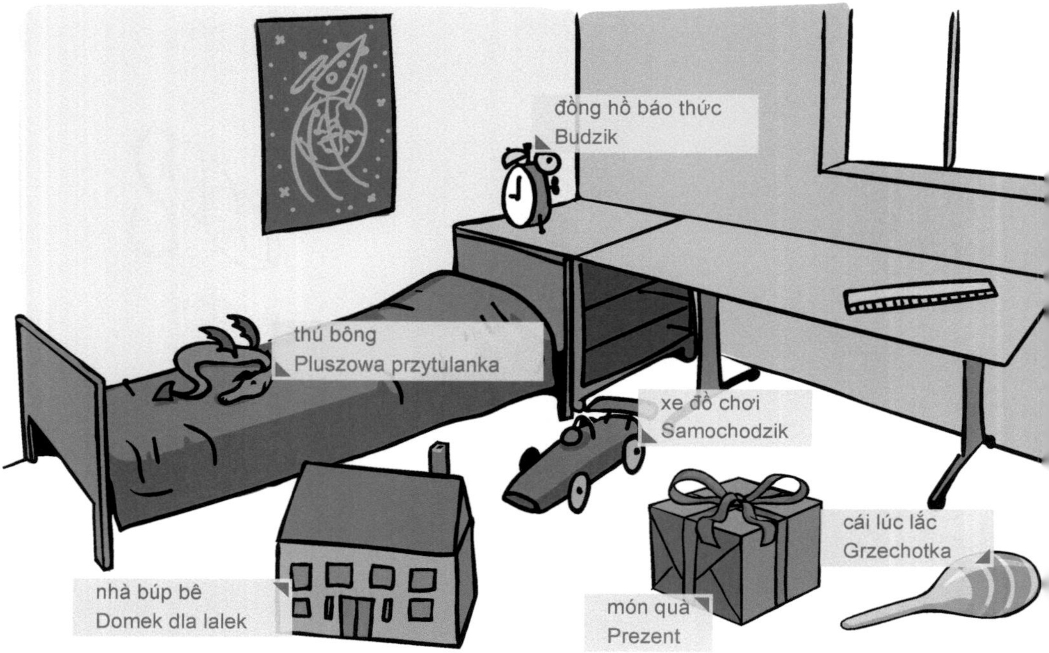
đồng hồ báo thức
Budzik
thú bông
Pluszowa przytulanka
xe đồ chơi
Samochodzik
cái lúc lắc
Grzechotka
nhà búp bê
Domek dla lalek
món quà
Prezent

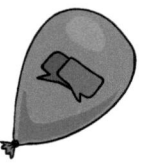

bong bóng

Balon

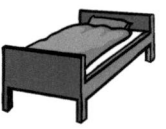

giường

Łóżko

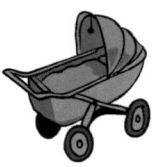

xe nôi

Wózek dziecięcy

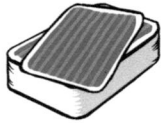

trò chơi bài

Gra w karty

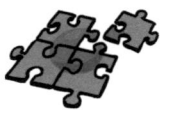

trò chơi ghép hình

Puzzle

truyện tranh

Komiks

gạch Lego

Klocki lego

khối xếp hình

Klocki

nhân vật hành động

Action figura

o liền quần cho trẻ sơ sinh

Śpioszek dziecięcy

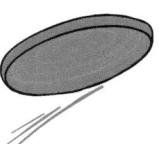

đĩa nhựa để ném

Frisbee

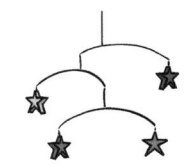

đồ chơi treo trên giường

Zabawki ruchome

trò chơi cờ bàn

Gra planszowa

xúc xắc

Kości

đồ chơi xe lửa mô hình

Kolejka elektryczna

ti giả

Smoczek

buổi tiệc

Przyjęcie

sách tranh

Książka z ilustracjami

quả bóng

Piłka

búp bê

Lalka

chơi

bawić się

hố cát

Piaskownica

cái đu

Huśtawka

đồ chơi

Zabawki

máy chơi game cầm tay

Konsola do gier

xe ba bánh

Rowerek trójkołowy

gấu bông

Pluszowy miś

tủ quần áo

Szafa ubraniowa

y phục
Ubiór

bít tất

Skarpety

bít tất dài

Pończochy

quần tất

Rajstopy

khăn choàng cổ
Szal

ô che mưa
Parasol

áp phông
T-Shirt

dây thắt lưng
Pasek

ủng
Kozaki

dép đi trong nhà
Pantofle domowe

giày sneaker
Obuwie sportowe

dép xăng đan
Sandały

giày
Buty

ủng cao su
Kalosze

quần lót
Majtki

áo ngực
Biustonosz

áo vest
Podkoszulek

y phục - Ubiór

áo ôm sát cơ thể

Body

quần dài

Spodnie

quần bò

Dżins

váy

Spódnica

áo cánh

Bluzka

áo sơ mi

Koszula

áo len chui đầu

Pulower

áo len

Bluza sportowa

áo blazer

Marynarka

áo jacket

Kurtka

áo khoác

Płaszcz

áo mưa

Płaszcz przeciwdeszczowy

trang phục

Kostium

áo váy

Sukienka

áo cưới

Suknia ślubna

bộ com lê

Garnitur męski

áo ngủ

Koszula nocna

pijama

Piżama

trang phục sari

Sari

khăn trùm đầu

Chusta na głowę

khăn đội đầu

Turban

áo burka

Burka

áo captan

Kaftan

áo aba

Abaya

quần áo bơi

Strój kąpielowy

quần bơi

Kąpielówki

quần đùi

Krótkie spodnie

quần áo tracksuit

Dres sportowy

tạp dề

Fartuch

găng tay

Rękawiczki

cái cúc

Guzik

kính mắt

Okulary

vòng đeo tay

Bransoletka

vòng cổ

Łańcuszek

nhẫn

Pierścionek

hoa tai

Kolczyk

mũ lưỡi trai

Czapka

cái mắc treo áo quần

Wieszak

mũ

Kapelusz

cà vạt

Krawat

dây kéo phéc mơ tuya

Zamek błyskawiczny

mũ bảo hiểm

Kask

dây đeo quần

Szelki

đồng phục học sinh

Mundurek szkolny

đồng phục

Mundur

yếm trẻ em
Śliniaczek

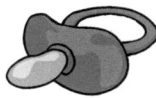

ti giả
Smoczek

tã lót
Pieluszka

văn phòng
Biuro

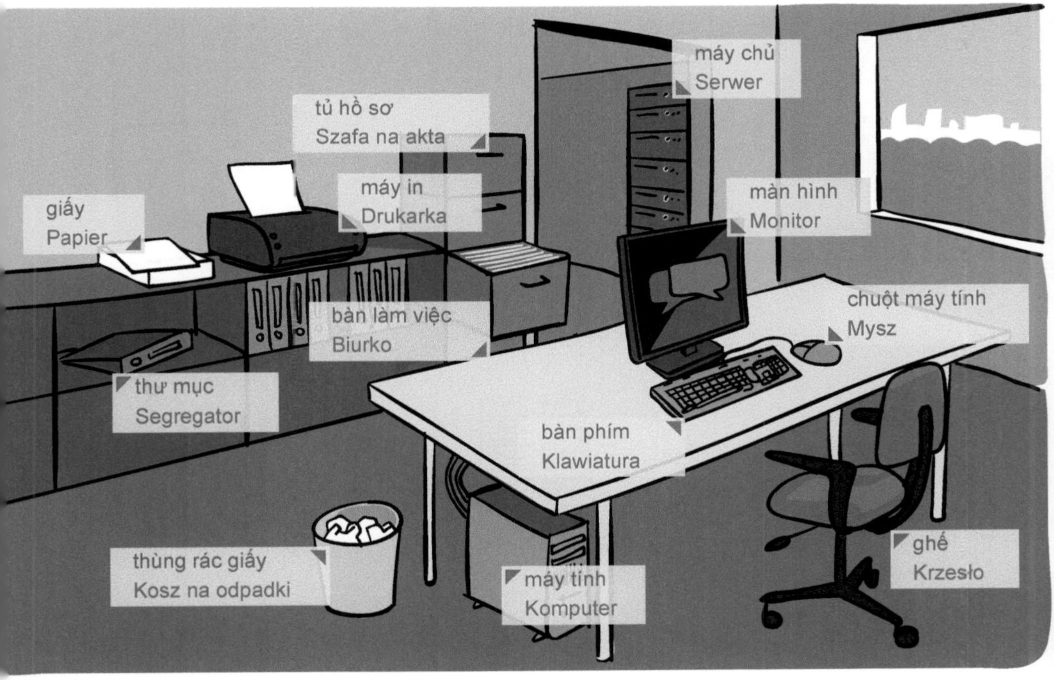

máy chủ
Serwer

tủ hồ sơ
Szafa na akta

máy in
Drukarka

giấy
Papier

màn hình
Monitor

bàn làm việc
Biurko

chuột máy tính
Mysz

thư mục
Segregator

bàn phím
Klawiatura

thùng rác giấy
Kosz na odpadki

ghế
Krzesło

máy tính
Komputer

cốc cà phê
Filiżanka do kawy

máy tính bỏ túi
Kalkulator

internet
Internet

laptop
Laptop

thư
List

tin nhắn
Wiadomość

điện thoại di động
Komórka

mạng
Sieć

máy photocopy
Kopiarka

phần mềm
Oprogramowanie

điện thoại
Telefon

ổ cắm điện
Gniazdko

máy fax
Faks

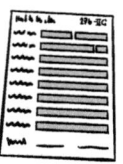

mẫu đơn
Formularz

chứng từ
Dokument

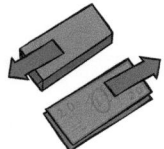

mua
kupić

trả tiền
płacić

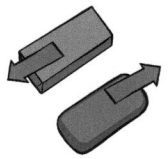

buôn bán
postępować

tiền
Pieniądze

 USD

đô la
Dolar

 EUR

Euro
Euro

 JPY

yên
Jen

 RUB

rúp
Rubel

 CHF

franc Thụy Sĩ
Frank

 CNY

nhân dân tệ
Juan Renminbi

 INR

rupi
Rupia

máy rút tiền tự động
Bankomat

quẩy đổi tiền

Kantor wymiany walut

vàng

Złoto

bạc

Srebro

dầu

Olej

năng lượng

Energia

giá tiền

Cena

hợp đồng

Umowa

thuế

Podatek

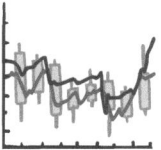

cổ phiếu

Akcja

làm việc

pracować

nhân viên

Pracownik umysłowy

chủ lao động

Pracodawca

nhà máy

Fabryka

cửa hiệu

Sklep

nghề nghiệp
Zawody

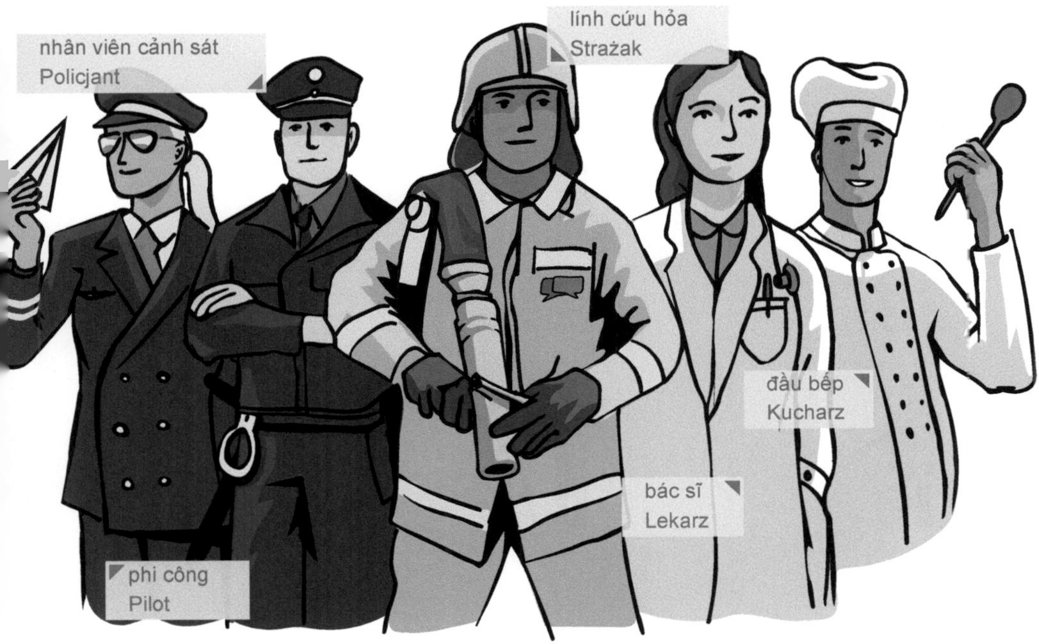

nhân viên cảnh sát
Policjant
lính cứu hỏa
Strażak
đầu bếp
Kucharz
bác sĩ
Lekarz
phi công
Pilot

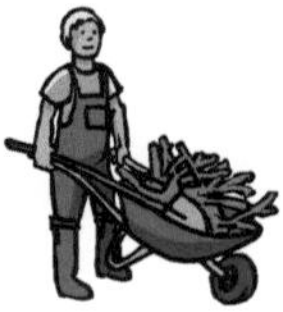

người làm vườn

Ogrodnik

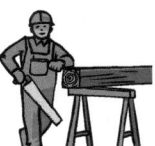

thợ mộc

Stolarz

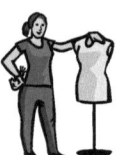

thợ may

Krawcowa

chánh án

Sędzia

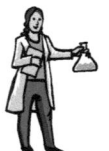

nhà hóa học

Chemik

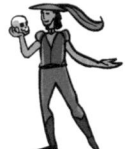

diễn viên

Aktor

tài xế xe buýt

Kierowca autobusu

người lái taxi

Taksówkarz

ngư dân

Fischer

người lau dọn vệ sinh

Sprzątaczka

thợ lợp mái nhà

Dekarz

bồi bàn

Kelner

thợ săn

Myśliwy

họa sĩ

Malarz

thợ làm bánh

Piekarz

thợ điện

Elektryk

thợ xây dựng

Robotnik budowlany

kỹ sư

Inżynier

người hàng thịt

Rzeźnik

thợ sửa ống nước

Instalator

người đưa thư

Listonosz

người lính

Żołnierz

kiến trúc sư

Architekt

nhân viên thu ngân

Kasjer

người bán hoa

Florysta

thợ cắt tóc

Fryzjer

nhân viên soát vé

Konduktor

thợ cơ khí

Mechanik

thuyền trưởng

Kapitan

nha sĩ

Dentysta

nhà khoa học

Naukowiec

giáo sĩ Do thái

Rabin

lãnh tụ Hồi giáo

Imam

nhà sư

Mnich

mục sư

Proboszcz

dụng cụ
Narzędzia

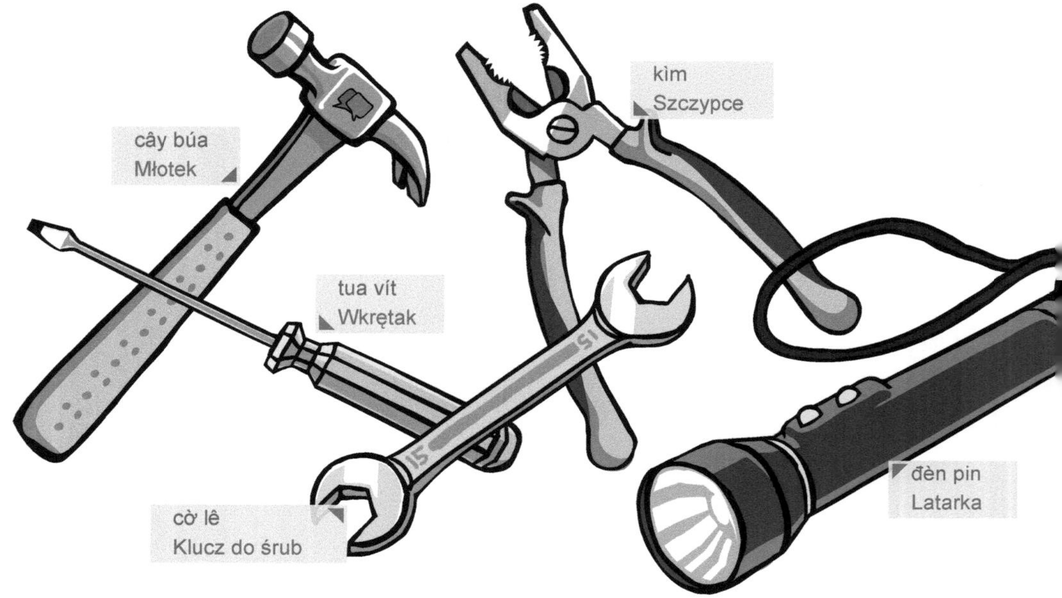
cây búa
Młotek
kìm
Szczypce
tua vít
Wkrętak
đèn pin
Latarka
cờ lê
Klucz do śrub

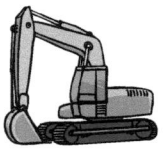

máy xúc đất

Koparka

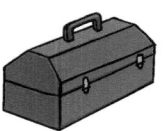

hộp dụng cụ

Skrzynka narzędziowa

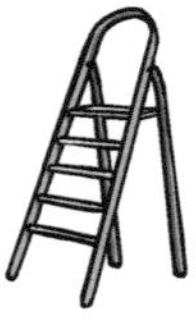

cái thang

Drabina

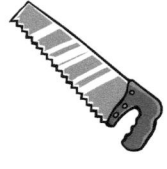

cưa

Piła

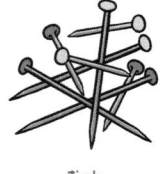

đinh

Gwoździe

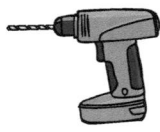

máy khoan

Wiertło

sửa chữa

naprawić

cái xẻng

Łopatka

khốn nạn!

Cholera!

cái hót rác

Szufelka

thùng sơn

Puszka z farbą

vít

Śruby

nhạc cụ
Instrumenty muzyczne

loa
Głośnik

bộ trống
Perkusja

đàn công tra bát
Kontrabas

kèn trompet
Trąbka

đàn ghi ta
Gitara

đàn piano

Pianino

đàn vĩ cầm

Skrzypce

ghi ta bass

Bas

trống định âm

Kotły

trống

Bęben

đàn organ

Keyboard

kèn Saxophone

Saksofon

sáo

Flet

micro

Mikrofon

vườn bách thú

Zoo

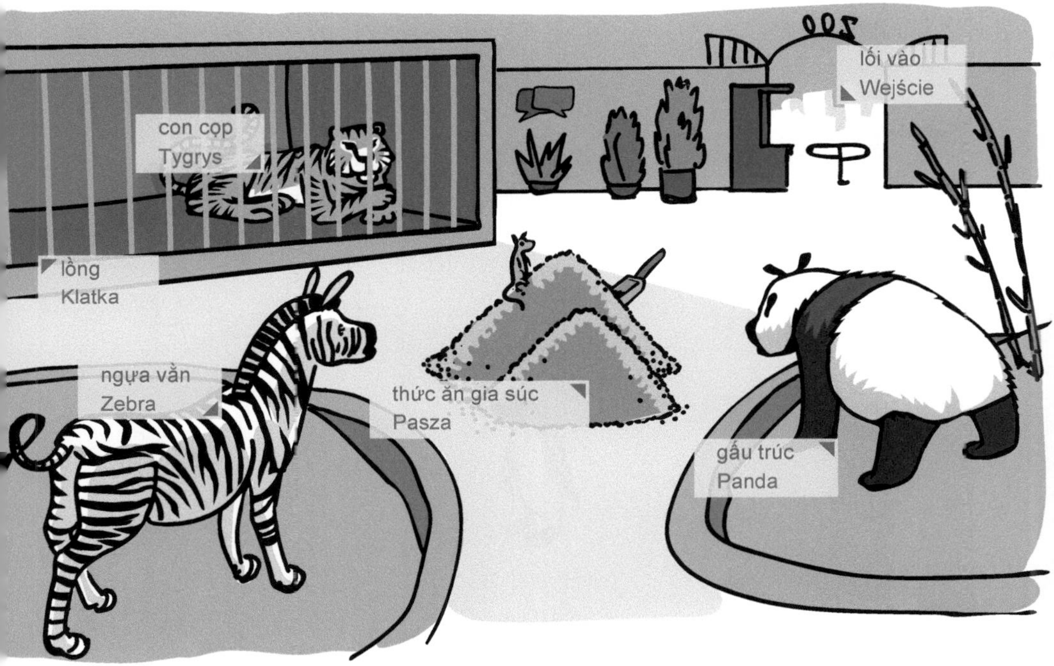

con cọp
Tygrys
lối vào
Wejście
lồng
Klatka
ngựa vằn
Zebra
thức ăn gia súc
Pasza
gấu trúc
Panda

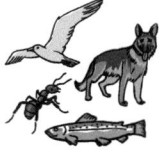

động vật

Zwierzęta

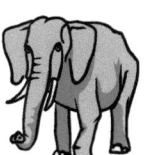

con voi

Słoń

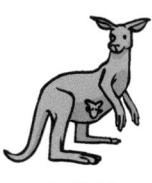

chuột túi

Kangur

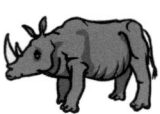

tê giác

Nosorożec

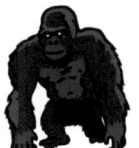

khỉ đột

Goryl

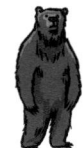

con gấu

Niedźwiedź

lạc đà

Wielbłąd

đà điểu

Struś

sư tử

Lew

con khỉ

Małpa

hồng hạc

Fleming

con vẹt

Papuga

gấu bắc cực

Niedźwiedź polarny

chim cánh cụt

Pingwin

cá mập

Rekin

con công

Paw

con rắn

Wąż

cá sấu

Krokodyl

người trông giữ vườn bách thú

Dozorca w zoo

hải cẩu

Foka

báo đốm

Jaguar

ngựa lùn

Kucyk

con báo

Gepard

hà mã

Hipopotam

hươu cao cổ

Żyrafa

đại bàng

Orzeł

heo rừng

Dzik

cá

Ryba

con rùa

Żółw

hải mã

Mors

con cáo

Lis

linh dương

Gazela

bóng bầu dục Mỹ
Futbol amerykański

đua xe đạp
Kolarstwo

quần vợt
Tenis

bóng rổ
Koszykówka

bơi
Pływanie

đấm bốc
Boks

khúc côn cầu trên băng
Hokej na lodzie

bóng đá
Piłka nożna

cầu lông
Badminton

điền kinh
Lekka atletyka

bóng ném
Piłka ręczna

trượt tuyết
Narciarstwo

polo
Polo

các hoạt động
Działania

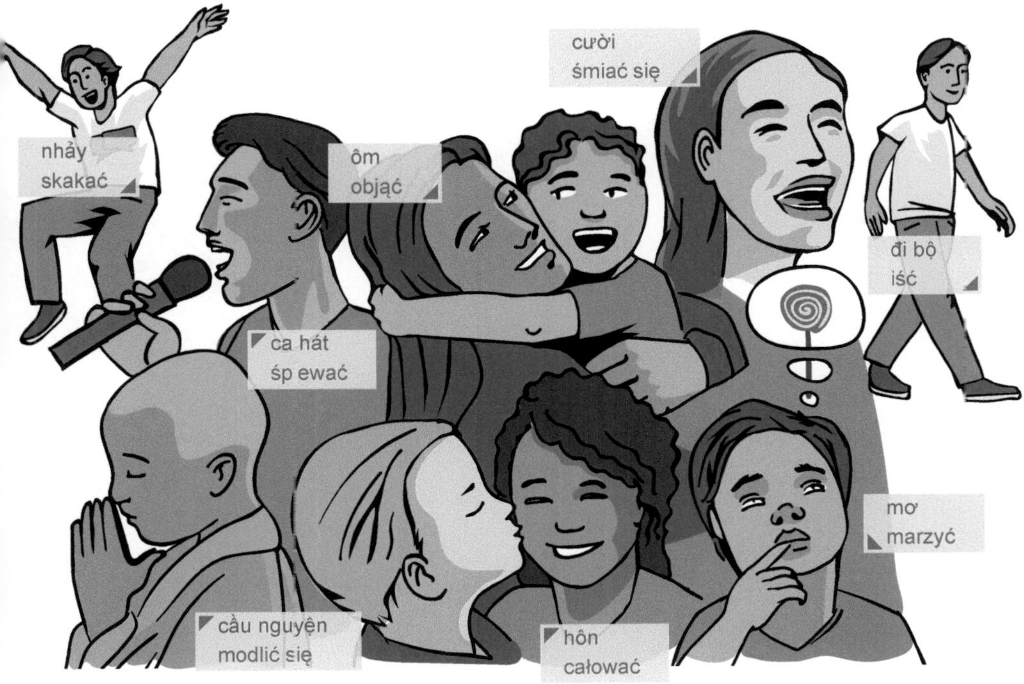

cười
śmiać się
nhảy
skakać
ôm
objąć
đi bộ
iść
ca hát
śp ewać
mơ
marzyć
cầu nguyện
modlić się
hôn
całować

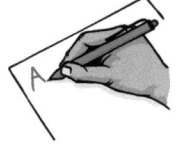

viết

pisać

vẽ

rysować

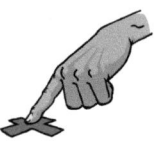

chỉ trỏ

pokazywać

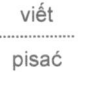

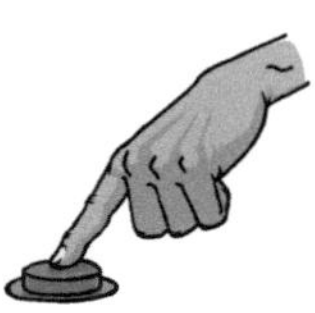

đẩy

nacisnąć

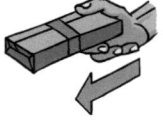

cho

dać

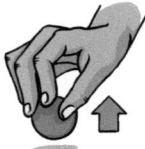

lấy đi

wziąć

có
....
mieć

làm
....
robić

thì / là
....
być

đứng
....
stać

chạy
....
biegać

kéo
....
ciągnąć

ném
....
rzucać

rơi
....
spaść

nằm
....
leżeć

chờ đợi
....
czekać

mang vác
....
nosić

ngồi
....
siedzieć

mặc quần áo
....
zakładać

ngủ
....
spać

thức dậy
....
budzić się

xem

spojrzeć

khóc

płakać

vuốt ve

głaskać

chải

czesać się

nói chuyện

mówić

hiểu

rozumieć

câu hỏi

pytać

nghe

słyszeć

uống

pić

ăn

jeść

dọn dẹp

sprzątać

yêu

kochać

nấu nướng

gotować

lái xe

jechać

bay

latać

đi thuyền buồm

żeglować

tính toán

liczyć

đọc

czytać

học

uczyć się

làm việc

pracować

cưới

wejść w związek małżeński

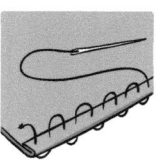

khâu vá

szyć

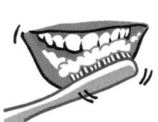

đánh răng

myć zęby

giết

zabić

hút thuốc

palić tytoń

gửi đi

wysłać

gia đình
Rodzina

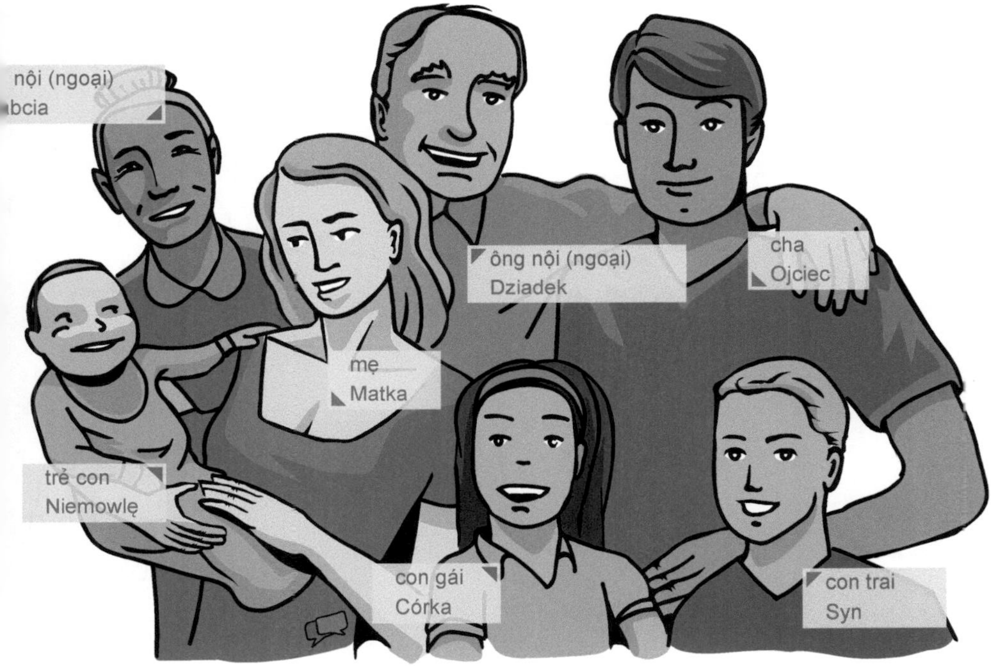
nội (ngoại)
bcia
ông nội (ngoại)
Dziadek
cha
Ojciec
mẹ
Matka
trẻ con
Niemowlę
con gái
Córka
con trai
Syn

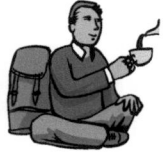

khách

Gość

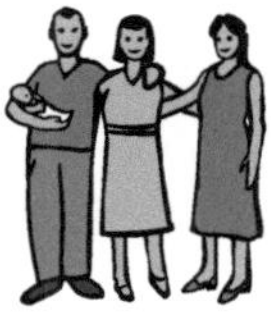

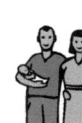

cô (dì)

Ciotka

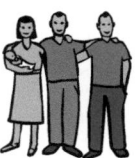

chú, bác (cậu)

Wujek

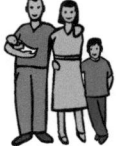

anh (em) trai

Brat

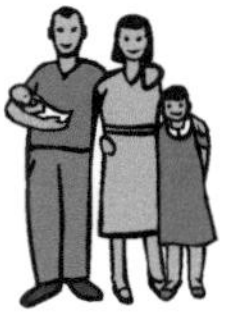

chị (em) gái

Siostra

cơ thể

Ciało

trán
Czoło
mắt
Oko
vai
Ramię
ngón tay
Palec
mặt
Twarz
cằm
Broda
bàn tay
Ręka
chân
Noga
ngực
Pierś
cánh tay
Ramię

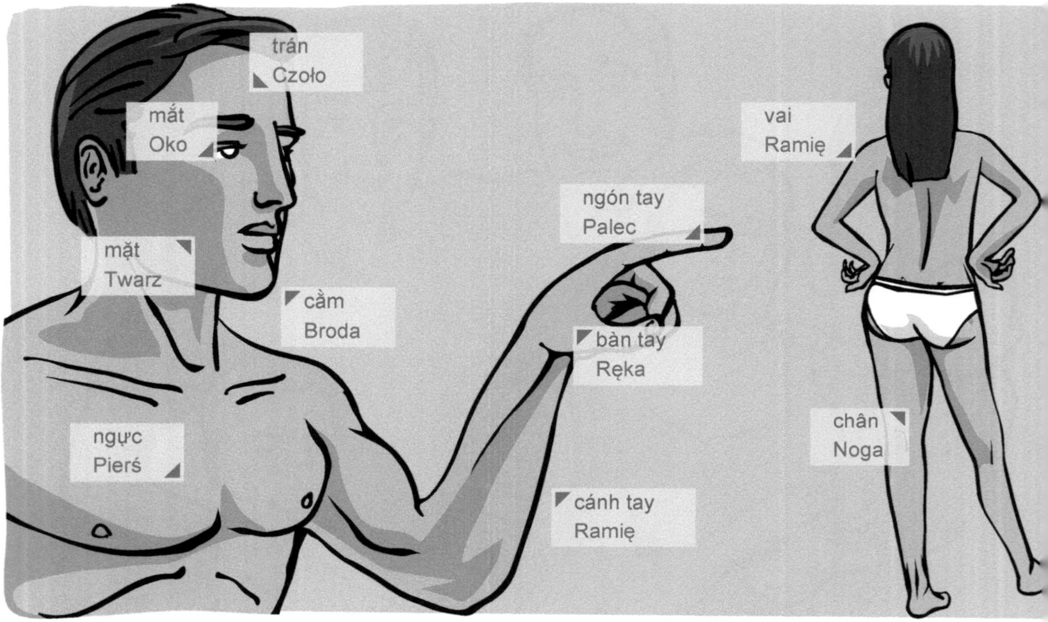

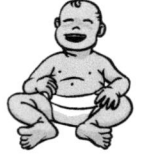

trẻ con

Niemowlę

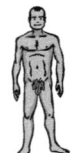

đàn ông

Mężczyzna

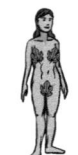

phụ nữ

Kobieta

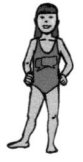

bé gái

Dziewczyna

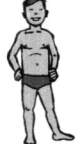

bé trai

Chłopiec

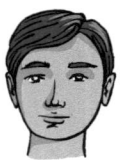

đầu

Głowa

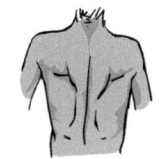

lưng

Plecy

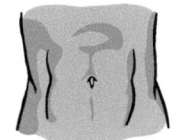

bụng

Brzuch

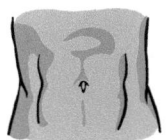

rốn

Pępek

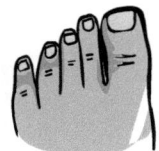

ngón chân

palec nogi

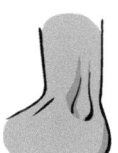

gót chân

Pięta

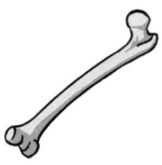

xương

Kość

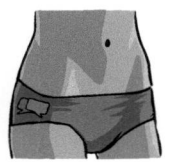

hông

Biodro

đầu gối

Kolano

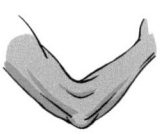

khuỷu tay

Łokieć

mũi

Nos

mông

Pośladki

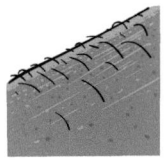

da

Skóra

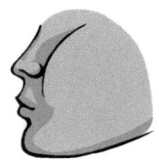

má

Policzek

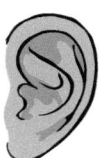

tai

Uszy

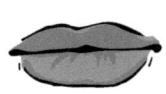

môi

Warga

miệng

Usta

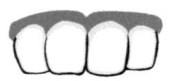

răng

Ząb

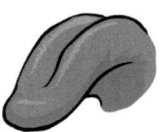

lưỡi

Język

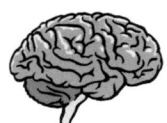

não

Mózg

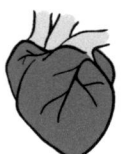

tim

Serce

cơ bắp

Mięsień

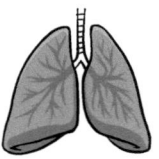

phổi

Płuca

gan

Wątroba

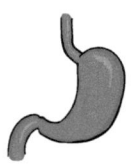

dạ dày

Żołądek

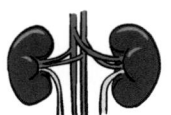

thận

Nerki

giao hợp

Stosunek płciowy

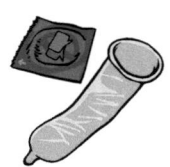

bao cao su

Kondom

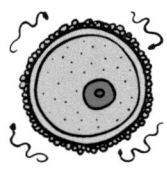

noãn

Komórka jajowa

tinh dịch

Sperma

mang thai

Ciąża

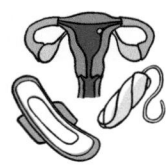

kinh nguyệt

Menstruacja

âm vật

Wagina

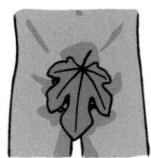

dương vật

Penis

lông mày

Brew

tóc

Włosy

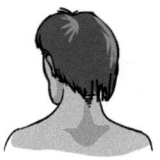

cổ

Szyja

bệnh viện
Szpital

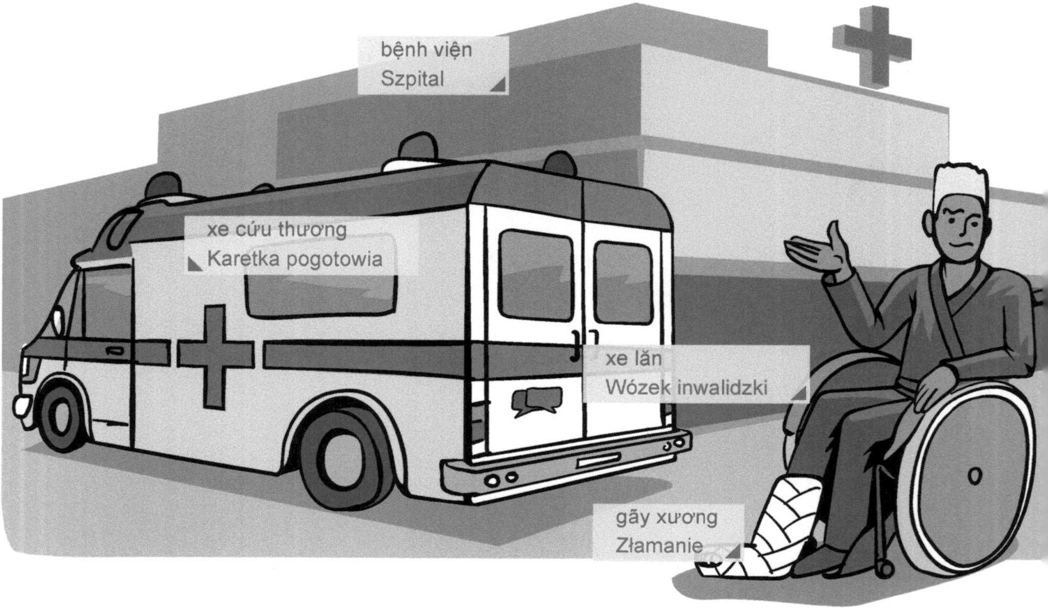

bệnh viện
Szpital
xe cứu thương
Karetka pogotowia
xe lăn
Wózek inwalidzki
gãy xương
Złamanie

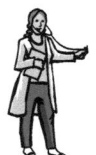

bác sĩ

Lekarz

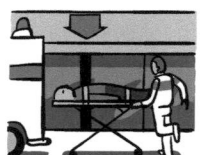

phòng cấp cứu

Izba przyjęć

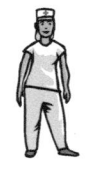

y tá

Pielęgniarka

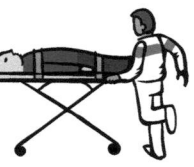

cấp cứu

Nagły przypadek

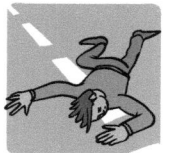

bất tỉnh

nieprzytomny

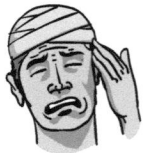

cơn đau

Ból

bị thương

Skaleczenie

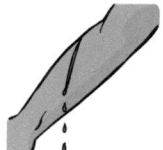

chảy máu

Krwawienie

nhồi máu cơ tim

Zawał serca

đột quỵ

Udar mózgu

dị ứng

Alergia

ho

Kaszleć

sốt

Gorączka

cúm

Grypa

tiêu chảy

Biegunka

đau đầu

Ból głowy

ung thư

Rak

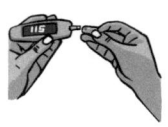

bệnh tiểu đường

Cukrzyca

bác sĩ phẫu thuật

Chirurg

dao mổ

Skalpel

giải phẫu

Operacja

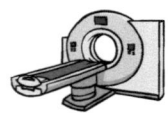

chụp cắt lớp
CT

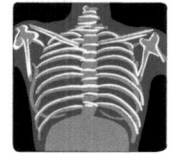

chụp x-quang
Rentgen

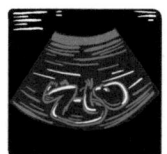

siêu âm
Ultradźwięki

mặt nạ
Maska

bệnh
Choroba

phòng đợi
Poczekalnia

cái nạng
Kula

băng dán vết thương
Plaster

băng bó
Opatrunek

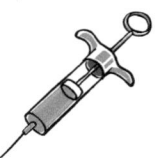

tiêm thuốc
Iniekcja

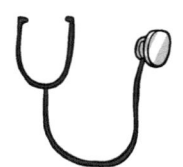

ống nghe khám bệnh
Stetoskop

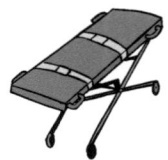

băng ca
Nosze

nhiệt kế
Termometr

sinh đẻ
Poród

thừa cân
Nadwaga

máy trợ thính

Aparat słuchowy

chất khử trùng

Środek dezynfekcyjny

nhiễm trùng

Infekcja

vi rút

Wirus

HIV / AIDS

HIV / AIDS

thuốc

Medycyna

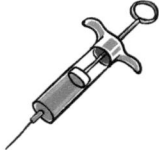

tiêm chủng

Szczepienie

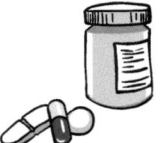

thuốc viên

Tabletki

viên thuốc

Pigułka

gọi cấp cứu

Telefon ratunkowy

máy đo huyết áp

Ciśnieniomierz krwi

bệnh / khỏe mạnh

chory / zdrowy

cứu!

Pomocy!

báo động

Alarm

cuộc đột kích

Napad

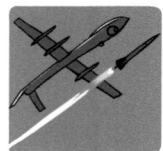

sự tấn công

Atak

mối nguy hiểm

Niebezpieczeństwo

lối thoát hiểm

Wyjście awaryjne

cháy!

Pożar!

bình chữa cháy

Gaśnica

tai nạn

Wypadek

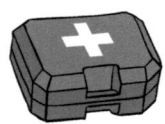

bộ dụng cụ sơ cứu

Walizeczka pierwszej
pomocy

SOS

SOS

cảnh sát

Policja

châu Âu

Europa

Bắc Mỹ

Ameryka Północna

Nam Mỹ

Ameryka Południowa

châu Phi

Afryka

châu Á

Azja

châu Úc

Australia

Đại Tây Dương

Atlantyk

Thái Bình Dương

Pacyfik

Ấn Độ Dương

Ocean Indyjski

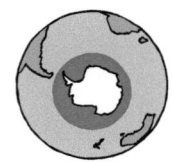

Nam Cực Dương

Ocean Antarktyczny

Bắc Băng Dương

Ocean Arktyczny

bắc cực

Biegun północny

nam cực

Biegun południowy

nam cực

Antarktyda

trái đất

Ziemia

đất liền

Kraj

biển

Morze

đảo

Wyspa

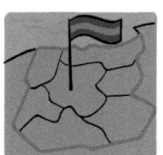

quốc gia

Naród

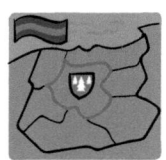

nhà nước

Państwo

mặt đồng hồ

Cyferblat

kim chỉ giờ

Wskazówka godzinowa

kim chỉ phút

Wskazówka minutowa

kim chỉ giây

Wskazówka sekundowa

Bây giờ là mấy giờ?

Która godzina?

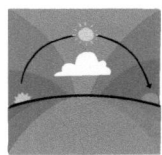

ngày

Dzień

thời gian

Czas

bây giờ

teraz

đồng hồ điện tử

Zegarek digitalny

phút

Minuta

giờ

Godzina

tuần lễ

Tydzień

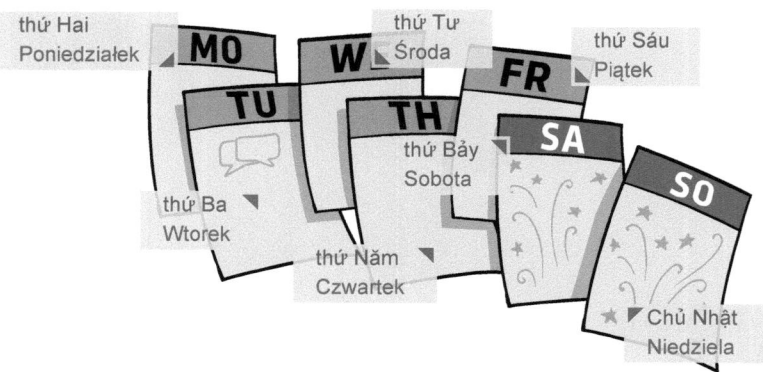

thứ Hai
Poniedziałek

thứ Ba
Wtorek

thứ Tư
Środa

thứ Năm
Czwartek

thứ Bảy
Sobota

thứ Sáu
Piątek

Chủ Nhật
Niedziela

hôm qua
....
wczoraj

hôm nay
....
dzisiaj

ngày mai
....
jutro

buổi sáng
....
Rano

buổi trưa
....
Południe

buổi tối
....
Wieczór

ngày làm việc
....
Dni robocze

cuối tuần
....
Weekend

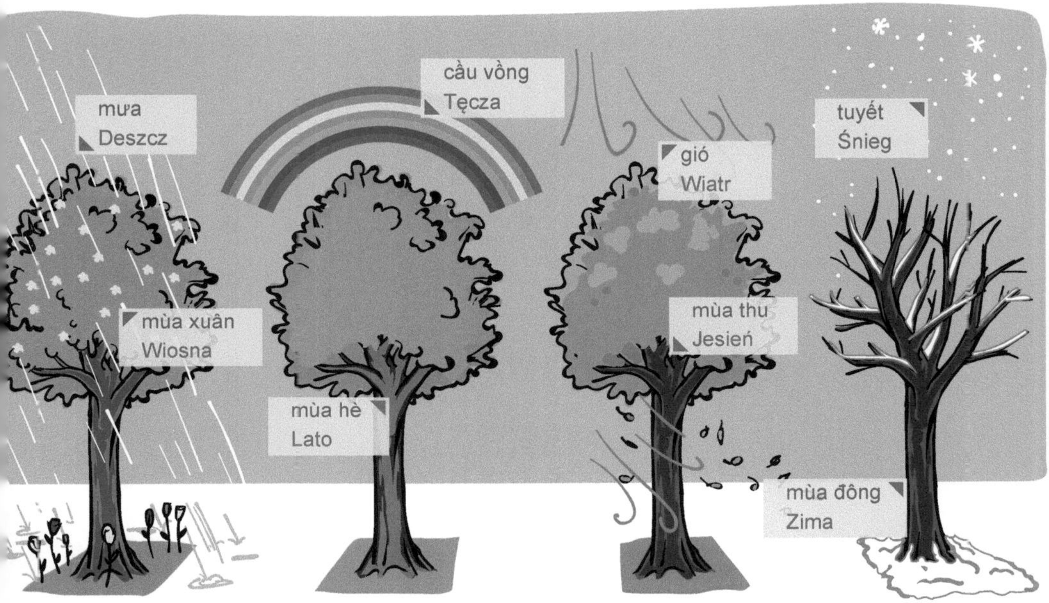

mưa
Deszcz
cầu vồng
Tęcza
gió
Wiatr
tuyết
Śnieg
mùa xuân
Wiosna
mùa hè
Lato
mùa thu
Jesień
mùa đông
Zima

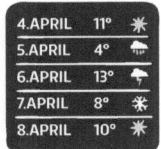

4.APRIL 11°
5.APRIL 4°
6.APRIL 13°
7.APRIL 8°
8.APRIL 10°

dự báo thời tiết

Prognoza pogody

F C
120 90 60 30 0 -30
40 30 20 10 0 -10 -20

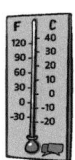

nhiệt kế

Termometr

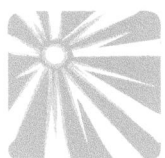

ánh nắng

Światło słoneczne

mây

Chmura

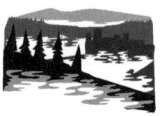

sương mù

Mgła

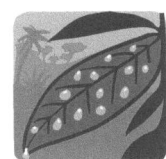

độ ẩm không khí

Wilgotność powietrza

tia chớp

Błyskawica

sấm sét

Grzmot

cơn bão

Sztorm

mưa đá

Grad

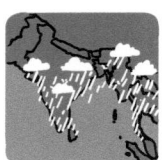

gió mùa

Monsun

lũ lụt

Potop

nước đá

Lód

tháng Một

Styczeń

tháng Hai

Luty

tháng Ba

Marzec

tháng Tư

Kwiecień

tháng Năm

Maj

tháng Sáu

Czerwiec

tháng Bảy

Lipiec

tháng Tám

Sierpień

tháng Chín

Wrzesień

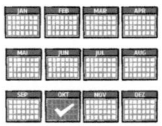

tháng Mười

Październik

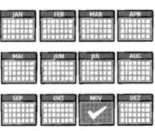

tháng Mười Một

Listopad

tháng Mười Hai

Grudzień

hình dạng
Kształty

hình tròn

Koło

hình vuông

Kwadrat

hình chữ nhật

Prostokąt

hình tam giác

Trójkąt

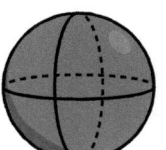

hình cầu

Kula

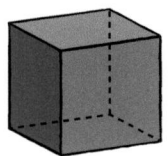

khối vuông

Sześcian

màu trắng

biały

màu vàng

żółty

màu cam

pomarańczowy

màu hồng

różowy

màu đỏ

czerwony

màu tím

liliowy

màu xanh dương

niebieski

màu xanh lá cây

zielony

màu nâu

brązowy

màu xám

szary

màu đen

czarny

nhiều / ít

dużo / mało

tức tối / điềm tĩnh

wściekły / spokojny

xinh đẹp / xấu xí

piękny / brzydki

bắt đầu / kết thúc

początek / koniec

to / nhỏ

duży / mały

sáng / tối

jasny / ciemny

anh (em) trai / chị (em) gái

brat / siostra

sạch / bẩn

czysty / brudny

đủ / thiếu

kompletny / niekompletny

ngày / đêm

dzień / noc

chết / sống

umarły / żywy

rộng / chật hẹp

szeroki / wąski

ăn được / không ăn được

jadalny / niejadalny

ác / tử tế

zły / uprzejmy

hào hứng / chán nản

podniecony / znudzony

béo / gầy

gruby / chudy

đầu tiên / cuối cùng

najpierw / na końcu

bạn / thù

przyjaciel / wróg

đầy / rỗng

pełen / pusty

cứng / mềm

twardy / miękki

nặng / nhẹ

ciężki / lekki

đói / khát

głód / pragnienie

bệnh / khỏe mạnh

chory / zdrowy

bất hợp pháp / hợp pháp

nielegalny / legalny

thông minh / ngu

inteligentny / głupi

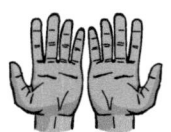

trái / phải

lewo / prawo

gần / xa

bliski / daleki

mới / cũ

nowy / używany

không có gì cả / có cái gì đó

nic / coś

già / trẻ

stary / młody

bật / tắc

włącz / wyłącz

mở / đóng

otwarty / zamknięty

im lặng / ồn ào

cichy / głośny

giàu / nghèo

bogaty / biedny

đúng / sai

prawidłowy / błędny

sần sùi / mịn màng

chropowaty / gładki

buồn / vui

smutny / szczęśliwy

ngắn / dài

krótki / długi

chậm / nhanh

powolny / szybki

ẩm ướt / khô ráo

mokry/suchy

ấm áp / mát mẻ

ciepły / chłodny

chiến tranh / hòa bình

wojna / pokój

0

số không

zero

1

một

jeden

2

hai

dwa

3

ba

trzy

4

bốn

cztery

5

năm

pięć

6

sáu

sześć

7

bảy

siedem

8

tám

osiem

9

chín

dziewięć

10

mười

dziesięć

11

mười một

jedenaście

12
mười hai
dwanaście

13
mười ba
trzynaście

14
mười bốn
czternaście

15
mười lăm
piętnaście

16
mười sáu
szesnaście

17
mười bảy
siedemnaście

18
mười tám
osiemnaście

19
mười chín
dziewiętnaście

20
hai mươi
dwadzieścia

100
một trăm
sto

1.000
một ngàn
tysiąc

1.000.000
một triệu
milion

tiếng Anh

Angielski

tiếng Anh Mỹ

Angielski amerykański

tiếng Quan Thoại

Chiński mandaryński

tiếng Hin-di

Hindi

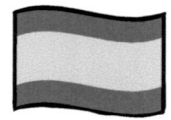

tiếng Tây Ban Nha

Hiszpański

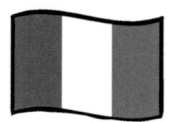

tiếng Pháp

Francuski

tiếng Ả-rập

Arabski

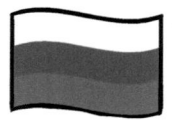

tiếng Nga

Rosyjski

tiếng Bồ Đào Nha

Portugalski

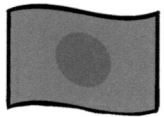

tiếng Bengal

Bengalski

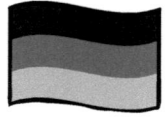

tiếng Đức

Niemiecki

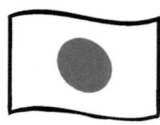

tiếng Nhật

Japoński

tôi
ja

bạn
ty

anh ta / cô ta / nó
on / ona / ono

chúng tôi
my

các bạn
wy

họ
oni

ai?
kto?

cái gì?
co?

như thế nào?
jak?

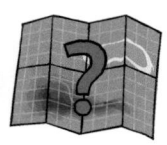

ở đâu?
gdzie?

lúc nào?
kiedy?

tên
Nazwisko

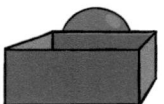

phía sau

za

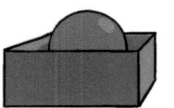

ở trong

w

phía trước

przed

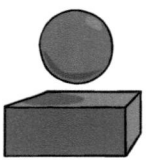

phía trên

powyżej

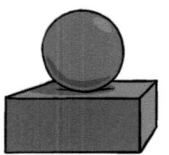

ở trên

na

ở dưới

pod

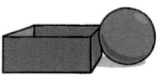

bên cạnh

obok

ở giữa

między

chỗ

Miejsce